யுவதியின் சிறகுகள் 2

ப.லட்சுமிப்ரியா

ஏலே பதிப்பகம்

யுவதியின் சிறகுகள் 2– கவிதைகள்
© ப.லட்சுமிபிரியா 2021
எழுத்தாளர்: ப.லட்சுமிபிரியா

முதல் பதிப்பு: செப்டம்பர் 2021

வெளியீடு:
ஏலே பதிப்பகம்
5/175, பாத்திமா நகர்,
கூத்தென்குழி,
திருநெல்வேலி – 627104
தொடர்புக்கு: 9944992571

Yuvathiyin siragigal 2 - Poetry
All CopyRights Reserved By © Sahavin Sahi 2021
Author: P lakshmipriya
First Edition: September 2021

Published By:
Aelay Publish
5/175, Fathima nagar,
Kuthenkuly,
Tirunelveli -627104
Phone: 9944992571

Design And Executed by

ISBN : 978-93-5533-145-8
Page : 38

ப.லட்சுமிபிரியா

முன்னுரை

என் பெயர் ராஷ்மி வர்ஷா.என் புனைப்பெயர் சகாவின் சகி.நான் ஒரு பொறியியல் பட்டதாரி.நான் என் முதல் படைப்பான "மனதின் பிம்பம்" என்ற இப்புத்தகத்தை, எப்பொழுதும் என் எழுத்துக்களை ஆதாரிக்கும் என் தாய் ஜெகதா,என் தந்தை கோசல் ராம்,என் தங்கை அக்ஷி மற்றும் என் குடும்பத்தினர்களுக்கும் என் நண்பர்களுக்கும், என் உயிர் நண்பன் பகவான் ஸ்ரீ கிருஷ்ணருக்கும் நான் சமர்ப்பிக்கிறேன்.

புத்தகம் எழுத வேண்டும் என்ற என் ஆர்வத்திற்கு பாதை அமைத்துக் கொடுத்து அதை வெளியிட்டுள்ள ஏலே பதிப்பகதிற்கு என் மனமார்ந்த நன்றிகள்.

இந்த புத்தகத்தில் என் மனதின் எண்ணங்களையும், பெண்கள் தங்களின் மனதில் உள்ள அச்சங்களை விடுத்து எல்லா துறைகளிலும் முன்னேற வேண்டும் என்ற நோக்கத்திலும் மனிதர்களின் மனதில் சில மாற்றங்களை ஏற்படுத்தி அவர்களை நல்வழி படுத்தவும் ஒரு சிறு தூண்டுகோலாக என் கவிதைகள் இருக்கும் என்று நம்பி, சில போதனைகளை கவிதைகளாக எழுதியுள்ளேன்.

"மனதின் பிம்பம்" என்ற இந்த நூலினை படிக்கும் ஒவ்வொருவர் வாழ்விலும் நல்ல மாற்றங்களை உருவாக்கும் என்ற நம்பிக்கையில் நான் இப்புத்தகத்தை எழுதியுள்ளேன். அவ்வாறு நல்ல மாற்றங்கள் வாசகர்கள் மனதில் உருவாகுமேயானால் அதுவே என் வெற்றி ஆகும்.

வாசகர்களாகிய நீங்கள் எப்பொழுதும் இதே போல் உங்கள் ஆதரவை எனக்கு அளிக்குமாறு நான் வேண்டுகிறேன்.

வாழ்த்துரை

ப. லட்சுமிப்பிரியா அவர்களின் கவிதைத்தொகுப்பு சிந்தனையையும் படைப்பாற்றலைழும் எடுத்து கூறும் வகையில் அமைந்துள்ளது. அவர்களின் கவிதைத்தலைப்புகள் ஒவ்வொன்றும் படிப்பவரின் சிந்தனையை தூண்டும் வகையில் அமைந்துள்ளது.

"யுவதியின் சிறகுகள்" என்ற தலைப்பில் இவர் தந்துள்ள அனைத்து கவிதைகளும் படிப்பவர்களுக்கு சிந்தனையை தூண்டும் விதமாக அமைந்துள்ளது. அன்பு, பாசம், விவசாயம், பெண்களின் முக்கியத்துவம் போன்ற தலைப்புகளில் இவரின் எழுத்துகள் இவற்றின் முக்கியத்துவத்தை விளக்குகின்றன.

"யுவதியின் சிறகுகள்" என்ற தலைப்பில் இதுபோன்று மேலும் பல தொகுப்புகளை தந்து அவர்களின் திறனையும், சிந்தனையையும் வளர்த்து கொள்ள English தமிழச்சி லட்சுமிப்பிரியா அவர்களுக்கு எனது (வகுப்பாசிரியரின்) மனமார்ந்த வாழ்த்துக்கள்.

என். சவிதா M. A., M. Phil.,

வாழ்த்துரை

English தமிழச்சி ப.லட்சுமிப்பிரியா அவர்களின் கவிதைத்தொகுப்பு அவரின் மழலை கவிதைத்திறனையும் அவரின் சிந்தனையின் முதிர்ச்சியையும் எடுத்துரைக்கிறது. பெயரில் உள்ள தனித்துவம் கவிதை நடையிலும் பிரதிபலிக்கும் வகையில் வலம் வருகிறது.

"யுவதியின் சிறகுகள்" என்ற தலைப்பில் எழுதிய பலதரப்பட்ட கவிதைகளை ஒன்றாக்கி பஞ்சவர்ண சிறகு போன்று படிப்பவர்களுக்கு எளிமையில் இனிமை அளிக்கிறது. சிறகு போன்ற மென்மையான உணர்வை அளிக்க வல்லது கவிதைகள் ஒரு யுவதியின் இளமை மன ஓட்டங்களை தன்முன் எடுத்துக்காட்டுகிறது.

"யுவதியின் சிறகுகள்" மேலும் வளர இதுபோல் பல நூல்களை வருங்காலத்தில் வெளியிட அன்பு கலந்த வாழ்த்துக்கள்.

க.திவ்ய பிரபா M.A,B.ed.,

வாழ்த்துரை

இளங்கலை இரண்டாமாண்டு ஆங்கிலத்துறை பயிலும் மாணவி ப.லட்சுமிப்பிரியா அவர்களின் **'யுவதியின் சிறகுகள்'** என்ற கவிதைத்தொகுப்பு நூல் பாராட்டத்தக்கது. மேலும் இவரின் கவித்திறன் பலரையும் சிந்திக்க வைக்கிறது.

சென்றிடுவீர் எட்டுத்திக்கும் – கலைச்

செல்வங்கள் யாவும் கொணர்ந்து இங்கு சேர்ப்பீர்.

– **பாரதியார்**

இவரின் வார்த்தைக்கு உயிர்க்கொடுக்க இவர் விரித்த சிறகே யுவதியின் சிறகுகள் என்ற இப்படைப்பு. இன்னும் பல நூல்களை எழுத English தமிழச்சி லட்சுமிப்பிரியா தங்கைக்கு அன்பு வாழ்த்துகளும் பாராட்டுகளும்.

அன்புடன்

வைசாலி செல்வம்.

அறிமுக உரை

கண்ணுக்கு தென்பட்ட அனைத்தையும் இரசிக்க தொடங்கியதில் இருந்து கவி எழுதுவதற்காக எனது சிறகுகளை விரித்தேன், பள்ளியில் படிப்பை மட்டும் பயின்று அவ்வப்போது மட்டுமே கவிதை எழுதினேன் ப.லட்சுமிப்பிரியா என்ற அடையாளத்தில், ஆனால் கல்லூரியில் கல்வியோடு கலந்து எனது கவிதை திறமையும் வளர்த்து கே.எஸ்.ஆர். மகளிர் கல்லூரியில் English தமிழச்சியாக பறந்து வருகிறேன். வேலைகள் செய்யும் போதும் எனது எண்ண சிறகுகள் என்னை கவி எழுத அழைக்கும், அப்படி அழைத்தபோதெல்லாம் எழுதப்பட்ட கவிதைகளின் தொகுப்பே **"யுவதியின் சிறகுகள்"** என்னும் எனது முதல் நூல். தாயின் அரவணைப்பபில் மட்டுமே பிள்ளை வளராது சில நல்ல உள்ளங்களின் ஊக்கமும் தேவை என்பார்கள் அதுபோலவே என்னால் மட்டும் உருவானது அல்ல இந்நூல் என்னிடம் உன்னால் முடியும் என்று கூறிய எனது சில தோழமையின் நம்பிக்கையில் உருவாக்கிய நூலே எனது **"யுவதியின் சிறகுகள்"**.

நன்றியுரை

"யுவதியின் சிறகுகள்" இன்று சுதந்திரமாக உலா வரக்காரணம் என் அன்பான நெஞ்சங்களே. அவர்கள் இல்லை எனில் இன்று நான் சிறகை விரித்து உயரத்தில் பறந்திருக்க முடியாது. என்னையும் சிறந்த யுவதி என உணரவைத்த என் குடும்பத்திற்கும், அன்பின் அரவணைப்பால் அரவணித்து என்னை உயர்த்திய எமது கல்லூரியின் முதல்வர் முனைவர்.மு.கார்த்திகேயன் அவர்களுக்கும், தமிழோடு நீ விளையாடு என என்னை ஊக்குவிக்கும் எமது கல்லூரியின் தமிழ்த்துறைத் தலைவர் முனைவர் இரா.குணசீலன் அவர்களுக்கும், திறமையை முன்பே அறிந்து ஏற்றதை செய்து தரும் எமது ஆங்கிலத்துறைத் தலைவர் ஜோ.மேரி மிமிக்கிளின் ரெக்செல்லா அவர்களுக்கும், என்றும் என்னோடு அன்பாகவும் அழைத்த போதெல்லாம் உதவி செய்து உறுதுணையாக இருக்கும் எமது வகுப்பாசிரியர் என்.சவிதா அவர்களுக்கும், உதவிப் பேராசிரியர் க.திவ்ய பிரபா அவர்களுக்கும் நான் துவண்டு போகும் போது எல்லாம் என்னை தட்டிகொடுக்கும் எனது அன்பிற்குரிய அக்கா வைசாலி செல்வம் அவர்களுக்கும், எனது முதுக்கெழும்பாக இருக்கும் என் உயிர்த்தோழிகளான மு.ரா.பைரவி, எ.கா.திரிஷா, பூ.ரா.கோபிக்கா , கௌசிகா குமார் மற்றும் எனது ஆங்கிலத் துறை உதவிப் பேராசிரியர்களுக்கும் வகுப்பு தோழிகளுக்கும் நெஞ்சம் நிறைந்த நன்றிகளை தெரிவுத்து கொள்கிறேன்.

நன்றி.

அன்பின் அகராதி அம்மா

அகல் விளக்காய் என் வாழ்வில் ஒளியாகி என்னை
ஆதரித்த அன்னையே!
ஊமையாக உன் திறனை மறைத்துக் கொண்டு
என் ஆசையை நிறைவேற்ற துடிக்கிறாய்!
மூன்று முறை நான் உணவு உண்டும் நான்காவது முறையும்
நான் உண்ண வேண்டும் என்று துடிப்பாள்.
ஆனால் பாவம் அந்த பேதை ஒரு முறை கூட அவள்
உண்டிருக்க மாட்டாள்.
மண் குலைந்து சிலை வடிப்பாள் அவள்.
ஆனால் என் காலில் கூட அவள் மண் ஒட்ட விட்டதில்லை!
எனக்கோ பஞ்சி மெத்தையை தந்து விட்டு,
அவள் களைப்பு தீர்க்க கட்டாந்தரையில் உறங்குவாள்.
"நான் படித்தவள்" என்ற அகந்தை சிறிதுமின்றி,
தலையில் பாரம் சுமந்து என்னை படிக்க வைத்தாள்.
அவள் ஆசை என்னவென்று நான் கேட்டதில்லை,
ஆனால் அவளோ, என் ஆசையை நிறைவேற்றி அவள்
ஆசையை தீர்த்துக் கொள்வாள்.
நம் விருப்பங்களை அறிந்த விஞ்ஞானி அவள்!
நம் வேதனை தீர்க்கும் தேவதை அவள்!
ஊக்கமளிப்பதிலும் சரி, நமக்கு ஊட்டிவிடுவதிலும் சரி,
தாயைப் போல பார்த்துக் கொள்ள ஒருவருமில்லை
இவ்வுலகில்.
பட்டம் பெற்ற அவள்,தன் குழந்தைகளே
உலகமென்றெண்ணி அடுப்படியையே தஞ்சமாக்கினாள்.
ஆனால் நாம் பட்டம் பெற்று நிர்வாகம் செய்வதை கண்டு
அவள் ரசிப்பாள்.
நாம் மகிழுந்தில் செல்வதைக் கண்டு,
மகிழ்ச்சியாய் அவள் நடந்து செல்வாள்.
மாத்து துணியின்றி ஒரே சேலையை மாத்தி மாத்தி அவள்
கட்டுவாள்.

ஆனால் அவளிடம் பத்து பைசா இருப்பினும்,எனக்கு பத்து சட்டை வாங்கி தந்து அழகு பார்ப்பாள்.

சித்தர் மனம் போல் எந்நேரமும் நம்மை மட்டுமே எண்ணி கொண்டிருப்பாள்.

உள்ளங்கை ரேகை தேய்ந்தும்,நமக்காக அவள் உழைத்துக் கொண்டே இருப்பாள்.

ஓய்வின்றி வேலை செய்யும் அவளோ ஓய்வூதியம் எதிர்பார்ப்பதில்லை.

அவள் எதிர்பார்ப்பதோ கடைசி வரை தன் பிள்ளைகளின் அன்பை மட்டுமே!

கிருஷ்ணன்

மயில் இறகின் வண்ண ஓவியமோ!
மாயக்கண்ணனின் வர்ணஜாலமோ!! பூங்குயிலின் கான
சங்கீதமோ!
மன்மதனின் இதழின் ராகமோ!!
மாயமோ! ஜாலமோ !
மன்னவன் பார்வைக்கே மங்கை
இவள் அடிமையடி....

கவிதாஞ்சலி

உன்னில் என்று தொலைந்து போனேன்
என்பதை நான் அறியேன்!
உன்னை என்னில் உணர்ந்த நாள் முதல்,
உன்னை என் சுவாசமாய் எண்ணி நுகர்கிறேன்!
என் அணுவின் இயக்கம்,
நீ என்று உணர்கிறேன்!
உருவமற்ற நீ,
எனக்கு உயிர் கொடுப்பதை எண்ணி வியக்கிறேன்!
என் பிராணனைக் காக்க,
என் மூச்சில் கலந்தாயடி!
நீயே பாரதியின் காதலியோ! இல்லை
இந்த சகியின் சிநேகிதியோ!
என் எண்ண அலைகளை,
உன் மூலம் வெளிப்படுத்துகிறேன்!
என் அன்பு "கவிதாஞ்சலியே" 🖊
என்னை உருவாக்கிய உனக்கு என் கோடான கோடி
நன்றிகள்.

அடிமைப் பெண்

மாதரை மாதவன் படைத்ததேனோ?
மண்ணும் விண்ணும் சேவை செய்வேன் என்றோ!
பெண்ணென்று ஆனவளை பேதை என்றனன்..
பொறுமையாய் இருந்தேன்... சுதந்திரம் இழந்தேன்
திறங்கொண்டு சீறி பாய்ந்தேன் பெண் என்பதால்
ஒதுக்கப்பட்டேன்...
"ஆசையின் சிறகுகள் அஸ்தமனமானது"
வாசலைத் தாண்டவும் வழியுமில்லை
கூண்டுக்கிளியாக அடிமைப் பெண்!!

அச்சம் தவிர் பெண்ணே

"மங்கையராய் பிறப்பதற்கே மாதவம் செய்திட
வேண்டுமம்மா"
என்று புகழ்ந்த கவிமணி பிறந்த நாட்டில்,
ஆணாக பிறந்திருக்க மாட்டோமா என ஏங்கும் பெண்கள்
பல,
பெண்ணியம் பேசும் பெண்கள் கூட பேரிடர் தாக்கியது
போல காணாமல் போகின்றனர்
காரணம் என்ன? பெண் என்ற ஒன்றைச் சொல்லா?
தாரகையை தரணி ஆளவிடாமல் தடுக்கிறது?
சுயசிந்தனை இருந்தும் சிந்திக்க விடாமல் தடுக்கிறது?
ஆவின் துயர் துடைத்த நாட்டிலே
பெண்ணே நீ துயருருவதா?
ஆலங்காற்று நிழலிலே நீ ஆக்கிப் போட்டது போதும்
ஆறடி ஆணிற்கும் நீ அடங்கி போக தேவையில்லை
தீயைப் போல கனல் விடும் உன் அறிவைக் கொண்டு
அகிலம் ஆளலாம் வா!
ஒளியைப் போல வேகம் கொண்ட உன் திறனைக் கொண்டு
நிலவை ஆளலாம் வா!
உன்னை எதிர்க்கும் சக்தி எவனுக்கும் இல்லை
மூடநம்பிக்கைகளை மூட்டைக் கட்டி கடலில் கரைப்போம்!
பழங்கால பேதைமையை பகுத்தறிவால் வெல்வோம்!
பசி தாகம் தீர்க்கும் அன்னை நீ
உன் தாகம் தீர வேண்டாமா?
வலிகளை விரட்டி விண்ணை ஆளலாம் வா!
ஆட்டு மந்தையாய் வாழ்ந்தது போதும்
அடிமேல் அடிவைத்து அடிமைத்தனத்தை அகற்றுவோம்!
ஆசையின் சிறகுகள் அஸ்தமிக்க கூடாது!
உன் ஏக்கங்கள் தீர எள்ளழுவும் பின்னடைவு வேண்டாம்.
பின்னால் பேசியவரையும் பெண்னென்று இகழ்ந்தவரையும்
உன் சாதனையால் வெல்லலாம் வா!
வெறும் பத்தடி கூட்டிற்குள்ளே பதுங்கியது போதும்
பார் வியந்து பார்க்கும்படி பறந்து செல்லலாம் வா!

கலங்கிய கண்கள் சிந்திய கண்ணீர் போதும்.
அச்சம் நீங்க உன் ஆற்றலை நம்பு
உத்தரவு வேண்டி ஊமையாய் இருக்காதே!
உன்னை நீயே உக்குவித்து நம்பிக்கையோடு எழு!
தன்னிகரில்லா தேவி நீ!
தள்ளி தள்ளி ஒதுங்கி நிற்க பாவி அல்ல நீ!
விலகி விலகி நின்றது போதும்.
வாய் பூட்டுச் சட்டத்தை விரட்டி அடிப்போம்!
கூரிய வாளால் கொய்ய முடியா அடிமைத்தனத்தை,
கூர்மையான அறிவால் கொய்தெறிவோம் !
கட்டுக்கடங்கா காற்றாற்று வெள்ளழும் கரைபுரண்டோடும்
கங்கையின் நீரும், கண்ணே நீ கண்ணசைத்தால் உன்
பாதம் வந்து சேருமடி !
கல்லையும் கூழாக்கும் வல்லமை படைத்தவள் நீ,
கானல் நீராய் காரிகை கனவு கலைந்திட கூடாது!
மூலையில் முடங்கிக் கிடந்தது போதும்.
மோட்சம் பெற முன்னுக்கு வா!
வெறும் வம்சத்தை தளைக்க வைப்பது மட்டுமல்ல உன்
கடமை;
வீதியின் நீதி காக்க வெளியில் வா!
நன்னறிவை கற்பிக்க நங்கையே நீ நாடாள வா!
தினம் தினம் வலியைத் தாங்கி வாழ்கிறோமே!
தீட்டு என்னும் சொல்லை கேட்டு கேட்டு பொறுத்தது
போதும்!
உன்னை இகழ்ந்தவர் அனைவரையும் நையப்புடைந்து
வாயில் கை வைக்க செய்வோம்!
தெவிட்டும் அளவிற்கு வெற்றியை ருசிப்போம் !
சவால்களை சரமாய் கோர்த்து எறிவோம்!
புதுமை விளைய புரட்சி செய்வோம்!
இனி எட்டுத்திக்கும் உன் புகழ் பறக்கும்;
ஏட்டுக் கல்வியும் உன்னை கவிபாடும்!

தியாகப் பெண்

பெண் என்றாலே அவளை அழகாகவும், பூவாகவும் எண்ணி
வர்ணித்து அவளின் மறுபக்கத்தை வெளிக்கொணர
விடாமல் தடுத்து விடுகிறோம்.
நீரின்றி அமையாது உலகைப் போல பெண்ணின்றியும்
அமையாது இவ்வுலகு.
அன்றோ பெண்ணிற்கு கள்ளிப் பால் கொடுத்து
கொன்றனர்.
அதில் தப்பித்த குழந்தைகளையும், எட்டு வயது தாண்டும்
முன்பே ஏட்டுக் கல்வி பயிலும் வயதில்,
எவனோ ஒருத்தனுக்கு மணமுடித்து வைத்தனர்.
குடிகார கணவன் பாதியிலே பரலோகம் போனாலும்,
சரித்திரம் படைக்க வேண்டிய அவளை "சதி" புரிய
வைத்தனர்!
கோவிலின் கருவறையில் இருப்பதோ பெண் தெய்வம்!
ஆனால்,உள்ளே சென்று வழிபடவோ பெண்ணிற்கு அனுமதி
இல்லை!
இன்று பல அறப்போர் புரிந்து போராடி பெற்ற
விடுதலையும் முழுமையாக கிடைக்கவில்லை.
இன்றும் சிலர், கைப்பிடித்த பெண்ணை கடுமையான
நடத்துகின்றனர்.
பெண் என்பவள் தன் தாய்க்கு சமமானவள் என்பதை
மறந்து அவன் மீது கொடுங்கோல் ஆட்சி புரிகின்றனர்.
பெண்ணிலிருந்து நீ உருவாகியவன் ஆதலால் பெண்ணை
நீ தெய்வமாக நினைக்க வேண்டாம்,
அவளை உனக்கு சமமாக நினைத்தாலே போதும்.
பெத்த மகளை பாரமாக பார்க்காதீர்கள்
உங்கள் பொக்கிஷமாக பாருங்கள்.
பெண் மீது அக்கறை கொள்ளுங்கள்.
ஆனால் அதிகாரம் கொள்ளாதீர்கள்.
மூலையில் ஒதுக்கி வைக்க அவள் கழிவு பொருளல்ல!
மூட நம்பிக்கைகளை மூட்டை கட்டி விட்டு,

மங்கையின் கனவுகளுக்கு மதிப்புக் கொடுங்கள்!
மனைவி ஆனவள் தன் உலகை விட்டு வந்து,
உங்களையே உலகம் என்றெண்ணி வாழ்பவள்!
அவளை நீங்கள் வணங்க தவறினாலும் மதிக்க தவறி
விடாதீர்கள்.
பெண்களின் தியாகத்தைப் போற்ற வார்த்தைப் போதாது.
உடலாலும் மனதாலும் தினந்தினம் வலியைத் தாங்கி
வாழ்பவள் பெண்.
ஆதலால் தாரகையை தாய்ப் போல் நடத்துங்கள்.
அனைவரது வாழ்விலும் பெண் தோழியாக தோள்
கொடுப்பவள்!
அவளை துவண்டு போக விட்டு விடாதீர்கள்.
பெண்ணியம் பேசுவதால் மட்டுமே பலனேதும் விளையாது!
பெண்ணிற்கு அங்கீகாரம் கொடுத்து அவளை அன்புடன்
நடத்துங்கள்.

தளிர்க்கும் தனிமை

தளிர்க்கும் தனிமை,
தளிர்விட்டு என்னை இறுக்கிப் பிணைகிறது.
இருளில் மூழ்க்கி என்னை பஷ்பமாக்குகிறது!
தயங்காமல் என்னை தள்ளாட விட்டும்,
எள்ளளவும் தீராமல் என்னை தவிக்க வைக்க என்னுள்
வேரூன்றிவிட்டது.
கடந்திட இயலாமல்; கடக்கவும் முடியாமல்;
தனிமைக்கு என்னை இரையாக்கி விட்டது.
தனிமையின் இலக்கணம் என் வாழ்வில் தலைத் தூக்கி விட்டது.
கண்ணீர் வடிக்க ஆயிரம் காரணம்.
ஆனால் கண்ணீர் துடைக்க ஒரு கரம் கூட இல்லை.
வெறிச்சோடிய வீட்டிற்குள்ளே செல்லவும் மனமின்றி,
நடோடியாய் அலைந்து திரிகிறேன்...
பேச்சு துணைக்கு கூட ஆளில்லா அநாதை நான்.
எங்கும் என் பேச்சு மட்டுமே எதிரொலிக்கும் சத்தம்,
எனக்கு நானே பேசிக்கொண்டு ஒரு பைத்தியம் போலத்
திரிகிறேன்.
வீட்டிலோ தொலைக்காட்சி சத்தம் தவிர வேறெதுவும் கேட்காது.
ஆளில்லா காட்டிற்குள்ளே மாட்டிக்கொண்டு தவிக்கும் தவளைப்
போல்,
தனிமையெனும் சிறையில் சிறகொடிந்த பறவையாய்
துடிக்கிறேன்.
காலங்கள் ஓடிக் கொண்டிருக்க என் நாட்களோ காலில்லா ஆமைப்
போல் ஊர்ந்து செல்கிறது.
இதை என் விதியென்று சொல்வேனா?,
இல்லை நான் பெற்று வந்த வரம் என ஏற்பேனா? இப்போதெல்லாம்
என்னை அழைக்க ஒருவருமில்லை என்கையில் என் பெயரையே
நான் மறக்க தொடங்கிவிட்டேன். பசித்தும் உணவு உண்ண
மனமின்றி நெஞ்சில் பாரத்தோடு இந்த பூமியில் ஒரு பாரமாக
வாழ்கிறேன்!
உதறி தள்ளிய உறவுகள் மத்தியில் இறைவன் படைத்த பிழையாக
நான்!

ப.லட்சுமிபிரியா

போர் வீரனின் மன போராட்டங்கள்

வாளை ஏந்தவே வாசலைப் பிரிந்தேன்
ஊரைக் காக்கவே உறவைப் துறந்தேன்
எல்லையில் நிற்கவே என்னவளை பிரிந்தேன்.
இனி,
சேனா பலமே என் சுவாசமாகும்!
போர்க்களமே இப்போர் வீரனின் பசித்தீர்க்கும்!
என் உதிரமே உற்றாரின் உயிர் காக்கும்!
நீங்கள் நிம்மதியுடன் நித்திரைக் கொள்ள
நான் உள்ளேன் எல்லையில் போர்ப் புரிய!
எங்களுக்கோ நல்ல நாளென்று எதுவுமில்லை;
பண்டிகைகளோ எங்கள் வாழ்வில் பறந்து விட்டன!
போர் புரியும் நாங்களோ நாளை வீடு திரும்புவோமா என்று
தெரியாது,
போராட்டமே எங்கள் வாழ்க்கையாய் இருப்பினும் போர்
புரிந்து உங்கள் உயிர் காப்போம்!
அனைவரும் காலையில் விளிக்க ஒலிக்கடிகை வைத்து
கொண்டு துயில் கொள்வர்.
ஆனால், நாங்கள் கண் விழிப்பதோ குண்டுவெடிப்பு
சத்தத்தில்.
சிதறி போன உடல்களையும், சிதைந்து போன
உயிர்களையும், கரைபுரண்டோடும் குருதி வெள்ளத்தையும்
தான் தினமும் நாங்கள் காண்கிறோம்!
சுட்டெரிக்கும் வெயிலோ; சூறைக்காற்றுடன் புயலோ ;
எவை வந்தாலும் அசையாமல் நின்று போர்புரிவோம்!
இருப்பினும், வெறும் காசுக்காக நாங்கள் இராணுவத்திற்கு
வரவில்லை!
எங்கள் நாட்டைக் காப்பதே எங்களின் தலையாயக் கடமை
என்றெண்ணியே எல்லைக்கு வந்தோம் !
இயற்கை பேரழிவு வந்தாலோ மக்களைக் காக்க
முதலில் வருவது நாங்களே!
இருப்பினும் நாட்டில் நல்லது நடக்கும் போது மட்டும்

நாங்கள் எவர் நினைவிற்கும்
வருவதில்லை!
போரில் நாங்கள் குண்டடி பட்டு வீழ்ந்தாலும்
எங்களை தூக்கிச் செல்ல எவரும் வரமாட்டார்கள்.
எல்லையில் போர் புரியும் நாங்களோ,
பாசமற்றும்,பசியற்றும் போர் புரிந்து உயர் துறப்போம்!
இருப்பினும் சாதாரண மனிதனாய் வாழ்வதை விட
இராணுவ வீரனாய் இறப்பதே எங்களின் பெருமை!
இறுதியில் தேசியக் கொடியை எங்கள் மேல் போர்த்தி
குண்டுகள் முழங்க எங்களின் வாழ்க்கை இனிதே நிறைவு
பெறும்.
ஆதலால் நாங்கள் நெஞ்சை நிமிர்த்தி கொண்டு
சொல்வோம் "நாங்கள் சேனா வீரர்கள்" என்று.

ப.லட்சுமிபிரியா

எனதருமை தமிழே

என் கர்வமும் நீயே என் சர்வமும் நீயே!
நான் மூச்சு பெற்ற நாள் முதல் முத்தமிழை என் சுவாசமாக
கொண்டேன்!
தாயைப் போல என்னை வழிநடத்தும் என் தாய் மொழியை
என் கவசமாக கொண்டேன்!
அறுசுவையின் மேலான ஒரு சுவையை என் தமிழில்
உணர்ந்தேன்!
எட்டாவது அதிசயமாக என் தமிழை கண்டேன்!
தமிழ் பிறப்பெடுத்து பலநூறு காலங்கள் ஆயினும் அதன்
கம்பீரம் குறையாமல் எங்கள் நாவின் ஆட்சி மொழியாக
இன்றும் ஆட்சி புரிகிறது!
சொல்லை கொண்டே போர் புரியும் ஆற்றல் பெற்றது
எம்மொழி!
தமிழை என் அடையாளமாக கொண்டதால் நான் பேரின்பம்
கொண்டேன்!
நான் அகிலம் அறிந்ததும் தமிழாலே,
நான் பல அறிவு பெற்றதும் தமிழாலே!
கார சாரமாக பேசுவதாயினும் சரி, கொஞ்சி கொஞ்சி
பேசுவதாயினும் சரி தமிழில் பேசுவதே தனி அழகு!
"படிக்க படிக்க சலிக்காத ஒரே மொழி எம் தமிழ் மொழியே"
சொல்லோ, பொருளோ, எழுத்தோ எதுவாயினும் வளத்தை
வாரி வாரி வழங்கும் அட்சய பாத்திரம் எம் தமிழ் மொழி!
செந்தமிழின் தேன் சுவையை உணர்ந்த எவருமே
பிறமொழியை நாடி செல்வதில்லை!
அமிர்தமும் தோற்று போகும் எங்கள் தமிழ் மொழியின்
இனிமையை கண்டால்!
பிற நாட்டவரும் ஏங்குவர் எங்கள் தமிழ் மொழியின்
பெருமையை கண்டு!
இன்றோ நான் மொழி பித்தன் ஆனேன் என் தமிழ்
மொழியின் அழகை கண்டு!

சாதிகளை களைவோம்

தீரா தாகமா? இந்த இனவெறி தாகம்?
அடியேன்...நீ என்னும் அடிமையை அடியோடு களைவோம்!
பழங்கால பேதைமையை பகுத்தறிவால் வெல்வோம்!
சாதி என்னும் பேயை சரமாரியாய் கொல்வோம்!
காற்றைப் போல பொதுவாய் வாழ்வோம்!
வேற்றுமை இல்லா புது யுகத்தைப் படைப்போம்!!
ஒற்றுமையாய், ஓரினமாய் வாழ தொடங்குவோம்!

ஏக்கத்தின் தாகம்

எனக்கு ஆயிரம் உறவு உண்டு என்று ஆனந்தமாக
சொல்லுவேன்
ஏனோ இன்று நான் அநாதையாகி விட்டதால் ,
ஆயிரம் உறவும் அடையாளம் இன்றி பிரிந்து சென்றனர் !
நீ என்னை விட்டு தூரமாக சென்றதால்,
அனைவரும் என்னை துச்சமாக எண்ணி தூக்கி எறிந்து
விட்டனர்!
அன்பாய் நீ என்னை அணைக்கையில்
அடங்காமல் இருந்த நான்
இன்றோ ஆறுதல் சொல்ல கூட ஆளில்லாமல் அடங்கி
போனேன்!
நீ ஆசையாய் பேசும் போதெல்லாம் உன்னை புறக்கணித்து
விட்டு,
இன்றோ அக்கரையாய் பேசக் கூட நாதியின்றி போனேன்
நான் கண்ணீர் சிந்தும் வேளையில் உன்னை காண
முடியாமல்
உன் புகைப்படம் பார்த்து முத்தமிடுகிறேன்!
மூலையில் முடங்கி கிடந்து மூச்சு விடாமல் அழுகிறேன்!
உறக்கமேதுமின்றி,
உன்னையே எண்ணி துடிக்கும் என் பெயர் "அநாதை"!

போதைக்கு போதனைகள்

"நான் உங்கள் உயிர் கொல்லி" என்ற வாசகம் பார்த்தும்;
நரம்பில்லா நாக்கின் ஆசையை பூர்த்தி செய்யவும்,
நான் என்பதை மறந்து தள்ளாடவும்,
மனிதன் தனக்கு தானே வைத்து கொள்ளும் சூனியம், "மது"!
எதற்காக இந்த மது மீது இத்தனை மோகம்?
சுடுகாட்டிற்கு செல்லும் ஆசை வந்து விட்டதா?
இல்லை, வெட்டுவானுக்கு வேலை கொடுக்க வேண்டும்
என்பதற்காகவா?
இல்லை ஆறடி மண்ணிற்குள்ளே அகப்பட்டு,
நிம்மதியுடன் நீண்டதோர் நித்திரை கொள்ளவா?
இல்லை,பூவால் உங்களை அலங்காரம் செய்யவா?
எமனை பார்க்க ஆசையா?
ஏன் இந்த போதைக்கு அடிமையாகி விட்டீர்கள்!
உங்கள் குழந்தைகளை தன்னந்தனியே விட்டுச் செல்ல
அவ்வளவு ஆர்வமா!
நினைவில் கொள்ளுங்கள்,
நீங்கள் இறந்து போனாலும்,
உங்கள் உறுப்புகள் கூட எவருக்கும் பயன்படாது
போய்விடும்.
உத்தியோகத்திற்கு கூட செல்லாமல் போதையில் உறங்கும்
உத்தமர்களே!
ஓய்வின்றி உழைத்து உங்கள் உத்தமி சேமிக்கும்,
கடுகளவு காசையாவது விட்டு வையுங்கள்!
இரவு பகல் தெரியாமல் தள்ளாடும் தமையன்மார்களே!
உங்கள் வாழ்க்கைக்கு துணையாக வந்தவளை,
உங்களுக்கு வாய்க்கரிசி போட விட்டுவிடாதீர்கள்!
வல்லான் உங்களுக்கு கொடுத்த வாழ்க்கையை வீணாக்கி
விடாதீர்கள்!

சீதை

கோதண்டம் ஏந்திய கோமகனின் காதலி...
இராமனின் காவியம் இராமாயணமத் தலைவி...
ஜனக ராஜனின் பாசமிகு ஜானகி...
அஞ்சனை மைந்தன் அறம் போற்றும் தாரணி...
சூரிய வம்சத்தில் குலவது....வைதேகி
பார் போற்றும் பவித்திரத்தின் புத்திரி...
சுட்டெரிக்கும் வேள்வியும் தீண்டிடாத உத்தமி...
இராவணன் மகளே...... இராமணின் மனைவி...

மகாபாரதம்

கங்கையின் மைந்தனால் தோன்றிய காவியம்
வியாசரின் வித்தையால் கிடைத்ததே இவ்வாசகம்
பகடையின் பிடியிலே பிடிப்பட்ட பார்த்தனும்
கண்ணனின் கீதையால் காண்டீபம் ஏந்தினான்
சகுனியின் சூழ்ச்சியால் தலைவிரித்த அதர்மமும்
பத்தினியின் சபதத்தால் தரைமட்டம் ஆனதே....

நட்பு

இரத்த பந்தமும் இல்லை
ஓட்டு சொந்தமும் இல்லை!
உறவை விடவும் உரிமையோடு
பழகுவது தோழமையில் தான்!
தோல்வி துவட்டி வதைக்கையில்
மன வேதனை தீர்க்கும் மொழிகள்!
வெற்றி வாகை சூடையில்
ஆனந்தம் கொள்ளும் அன்னையின் சாரம்!
உடன் வரும் என் நிழலாக!
உடலில் புதைந்துள்ள என் உயிராக!
என்னையே உன்னில் உணர்ந்தேன்
என் அன்பு தோழமையில்...

தந்தை

நாம் சிகரம் ஏற தேவையில்லை
இவருக்கு சிலையெழுப்பவும் தேவையில்லை
நம்முடைய சிறு புன்சிரிப்பே வரம் என்று நினைப்பவர்..
ஆகாயத் தாமரைப் போல் ஆசைகள் தளர்கையில்
வளத்தை வாரி வழங்கும் வள்ளலாக வருபவர்!
நமக்கு முள்ளொன்று தைக்கையில் மூச்சி முட்டி நிற்பவர்!
உண்மையான அன்பை வார்த்தைகளால் வெளிக்காட்ட
தெரியாமல் செயல்களால் வெளிப்படுத்துபவர்.....அப்பா

தெனாலிராமன்

அரசவையில் ஓர் புலவனடா
இவன் அரசனுக்கே அரசனடா!
பார் வியந்து பார்க்குதடா
இவன் பாசாங்கு புரியவில்லையடா!
அனைத்தும் அறிந்த ஞானியடா
இவன் கல்லையும் கூழாக்கும் வல்லவனடா!
நகைச்சுவை நயம்பட மொழிவானடா
இவன் புத்திசாலி என்றே பெயர் பெற்றானடா!

வாழ்க்கை

நிரந்தரம் இல்லா கூட்டிற்குள்ளே உயிரைப் புதைத்தான்
இறைவன்!
அதைக் கொண்டு வாழ்க்கை என்னும் போர்க்களத்தில்
பிணைந்து நாமும் வாழ்கிறோம்!
நீ குபேரனாக இருந்தாலும் சரி! குசேலனாக இருந்தாலும்
சரி!மற்றவரையும் நம்மவர் என்று எண்ணுவாயாக!
ஏனெனில் இறுதியில் மந்திரம் ஏதும் பலிக்காது!
தந்திரம் ஏதும் உதவாது!
எமன் வந்து அழைக்கையில் அவனுக்கு லஞ்சம்
கொடுக்கவும் முடியாது !

என் இனிய தனிமையே

அல்லல் தீர்க்கும் ஆதவன் தனிமையைக் கண்டவர்
உண்டோ?
இல்லல் நீக்கும் இயேசுவின் தனிமையைக் கண்டவர்
உண்டோ?
தனிமை உன் வரமும் அல்ல!
உன் சாபமும் அல்ல!
இதுவும் கடந்து போகும் !எதுவும் சிறந்து போகும்!
இறப்பிலும் உன்னுடன் வரும் உன் நிழலைப் போல
உன்னுள்ளே புதைந்துள்ள உன் திறனை நீ உணரும்
நேரமிது!
கவலையை விடுத்து கணையைத் தொடு...
அந்த ஆகாயமும் உன் வசப்படும்..
இனி பூங்குயிலும் உன் புகழ் பாடும்!

அண்ணன்

முத்தமிழ் பேசும் முன்பே
மூத்தவன் நீ கிடைத்தாயே
தத்தி தத்தி நடக்க வைக்க
தாயுமானவனாய் நீ வந்தாயே
அருகில் அண்ணன் நீ நிற்கையிலே
எதிரி ஒருவன் எதிரில் இல்லையே
தாரகை துயர் துடைக்க வந்த
தமையன் நீயே....
இன்னலில் உதவ வந்த
ஆசானும் நீயே.....
சிறார் பருவம் சிறந்து போனதே
சகோதரா! நீ கிடைத்ததாலே

தங்கை

சுட்டி தனத்தின் செல்லமும் இவளோ
குறும்பு தனத்தின் குலமகள் இவளோ!
தேன் இல்லா செங்கரும்புமும் இவளோ
வால் இல்லா வானரமும் இவளோ!
வல்லான் அளித்த வரமோ...
நல்லான் செய்த தவமோ....
நங்கை இவள் உறவாய் வந்தாள்...
தங்கை என்னும் பெயரைப் பெற்று...

மழை

வானவன் அளித்தானோ
வையகம் வாழ்வதற்கு...
ஊரவன் சிரித்தானே
உழவனை கண்டதற்கு...
மண் வாசம் வீசயிலே தெரியுதடி
மழையவன் வந்தான் என்று!!

மழை

வானவன் அளித்தானோ
வையகம் வாழ்வதற்கு...
ஊரவன் சிரித்தானே
உழவனை கண்டதற்கு...

திரு.நங்கை

புத்துயிர் பெற்றும் பரிதவிக்கும் நிலைமை!
இப்பிறவி முடியும் வரை தொடரும் இந்த அவலம்!
உணர்வுகளால் உருக்குலைந்தே உறவுகள் அற்றோம்!
எட்டுத்திக்கும் எதிர்ப்பு மொழி கேட்கிறோம்!
ஏன் என்று கேட்க கூட நாதி இல்லை!
இரந்துண்டு வாழவே ஒடுக்கப்பட்டோம்!
எட்டிப் போடும் ஒற்றை நோட்டைக் கொண்டு பட்டினி
போக்க அலைகிறோம்!
ஈன்றவர்கள் கைவிட இன்று இழி சொல் கேட்கிறோம்!
பள்ளிகளும் எங்களை ஒதுக்கி வைக்க,
பட்டம் பெற கூட வழியின்றி தவிக்கிறோம்!

இறைவனை நோக்கி ஓர் கவிதை

மழை இல்லாமல் போனதால் வந்ததே வறட்சி!
இறைவா! உன் கண்களை திறந்து பார்!
மரம்,செடி, கொடிகள் எல்லாம் இறந்து போனதே!
விவசாயத்தை மட்டுமே நம்பி இருக்கும் விவசாயிகளின்
கதிதான் என்ன ஆகுமோ?
இந்த பூமி கூட வானம் பார்த்த பூமியாக மாறி விட்டதே!
தேவையான இடத்திற்கு மழை இல்லை!
மழையின் தேவை வேண்டாம் என சொல்லும் இடத்திற்கு
உன் அன்பை பொழிகிறாயே இறைவா!
இடத்தில் நாங்கள் என்ன தாழ்த்தப்பட்ட இடமா?
இரண்டு அறிவு உள்ள மரங்கள் என்ன பாவம் செய்தன?
அவர்கள் எதற்காக வெப்பத்தால் கருகி இறக்க வேண்டும்?
மழை எங்காவது பொழியும் செய்தி கேட்டால்,
சந்தோசம் அடைந்து மழையை எதிர் பார்த்து காத்து
கிடக்கிறோம்!
என்செய்வது சாரல் மழை கூட வராமல் ஏமாற்றம்
அடைகிறோம்!
மழையில் குளிக்க ஆசைப்படுகிறோம்!
அளிப்பாயா எங்களுக்கு அந்த வரத்தை?
காகித கப்பல் விட ஆசை!
சின்னஞ்சிறு குடையை விரிக்க ஆசை!
கூரையில் மழை விழும் சத்தம் கேட்க ஆசை!
மழை நீரில் விளையாட ஆசை!
மரங்கள் எல்லாம் உயிர் பெற ஆசை!
ஏழையின் சிரிப்பில் இறைவா உன்னை காண ஆசை!
எங்களுக்கும் உன் அன்பை பொழிவாயா? மழையாக!
எறும்புகள் கூட உணவை சேகரிக்க தொடங்கி விட்டன,
உன் வருகையை எதிர்பார்த்து!
மரக்கிளைகளில் மழைத் துளிகளை காண ஆசை;
அதை நாங்கள் ஆட்டி மகிழ ஆசை!

மண் வாசனையை நுகர ஆசை!
இந்த ஆசைகள் அனைத்தும் கானல் நீரா?இறைவா!
உன் கண்களை திறந்துப் பார்!
இந்த பிரபஞ்சம் முழுவதும் உன்னுடையது தானே?
அதில் என்ன பாரபட்சம்?
பசுமை செழிக்க மழையை வரமாக எங்களுக்கு தருவாயா
இறைவா!

விவசாயி

வில்வித்தையில் சிறந்த விஜயனை இன்றளவும் வீரனாக
போற்றும் இவ்வுலகம்,
விதை விதைத்தவனை மறந்தது ஏனோ?
வியர்வை சிந்த விதைப்பவன்,
விதை அறுக்கும் முன்னரே விடை பெறுகிறான்!
கந்து வட்டிக்கு கடன் வாங்கி கம்பு நட்டவனை,
காக்கும் கடவுளும் கைவிட்டது ஏனோ?
பூகம்பம் வராமலே பூமிக்குள் புதைகிறான்!
புயல் காற்று வீச புழுவாய் துடிக்கிறான்!
சலிப்பில்லாமல் சகதியில் போராடும் அவர்கள்,
சத்தமில்லாமல் செத்து மடிகிறார்கள்!
பருவமழையும் பொய்த்து போய் பாவங்கள் வயிற்றில்
அடிக்குது!
வெயில் என்றும் பாராமல் வியர்வை சிந்தி உழைக்கும்,
உழவர்களின் வாழ்க்கை இன்று ஊஞ்சலாடுகிறது.
வேளாண்மை இன்று அனைவருக்கும் வேடிக்கையாகி
விட்டது!

9 789355 331458